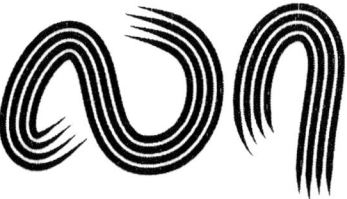

லா

அலறி

வேரல்
புக்ஸ்

வேரல்
புக்ஸ்

வேரல் புக்ஸ் வெளியீட்டு எண்: 53

லா * அலறி© * கவிதைகள் * முதல் பதிப்பு: பிப்ரவரி 2023 * பக்கங்கள்: 52 * வேரல் புக்ஸ் * 6, இரண்டாவது தளம், காவேரி தெரு, சாலிகிராமம், சென்னை – 600093 * மின்னஞ்சல்: veralbooks2021@gmail.com * தொலைபேசி: 9578764322 * அட்டைவடிமைப்பு: லார்க் பாஸ்கரன் * லேஅவுட்: சந்தோஷ் கொளஞ்சி

Laa * Alari© * Poems * First Editon: February 2023 * Pages: 52 * Veral Books * No: 6, 2nd Floor, Kaveri Street, Saligramam, Chennai – 600093 * Email ID: veralbooks2021@gmail.com * Phone: 9578764322 * Wrapper Designed by: Lark Bhaskaran * Layout Designed by: Santhosh kolanji

Rs. 80

ISBN: 978-81-960544-9-6

சமர்ப்பணம்

விருட்சங்கள் விரிய
விதைப்பந்துகள் வீசி
பசுமைத் தேடி
சாலைகள் தோறும் சைக்கிள் ஓடி
நண்பர்
விரிவுரையாளர்
அம்ரிதா ஏயெம்
அவர்களுக்கு

நன்றி
✦
அம்பிகா குமரன்
லார்க் பாஸ்கரன்
சேரன்
மிஹார்
ஹஸீன் ஆதம்
றியாஸா ஸவாஹிர்
முர்தளா
முஜாமலா

நீல இருளில்
நிலா
நீயான சங்கீதம்
லலலா

∎

தெம்மாந்து
சாயும் மூங்கிலெனப் பூத்திருக்கிறாய்
விடாது பெய்யும் மழை போல
பிரியத்தைப் பொழிகிறாய்

கைத்தறித் துணி
கவிதைப் புத்தகம்
மைனாக் குருவி
கழுத்துத் திருப்பும் கணத்திலொரு முத்தம்
போதும்
பேரன்பின் அடையாளமாகயென்கிறாய்

செழிப்பில் திளைக்கிறாய்
தென்னங் குருத்து தின்னக் கேட்கிறாய்
நன்னாரி தேநீரில் நாட்டம் போல
Nescafe யில்
இல்லையென்கிறாய்

குளிரறைவிட்டு
குற்றேவலிட்டு
பரண்,தோட்டம்
பள்ளக் காடெங்கும்
பாடி
வெளிக்குள் வெளியாவோமென்கிறாய்

நெடும்கோடை காலத்தில்
கடும்பாறை மணலில்
பூவல் நீர்மிடறு பருகக் கேட்கிறாய்
வருடுகிறாய்

நூறு பொழுதுத் தூரத்தில்
ஐம்பதடியாழ நேரத்தில்
நீர் சுரந்துனக்கு
தருவேன்

◘

எருமை மீதேறி யானைப்பலத்தில் வருகிறேன்
எனது அன்பு சீவிய கொம்பை
அள்ளிப்பருகு

கற்குகையில் கடைந்தெடுத்த
முரட்டு மரைக்கொம்பு
கயிற்று முறுக்கின் தெம்பு
களிகம்பு

தீக்கங்குகள் எரியும் கடலில்
தீட்டிக் குத்திய அம்பு
நீட்டிக் கட்டிய பிரம்பு
இரும்பு
என்றாலுமிது மலரரும்பு
பூமனது

கேட்டிக் கம்பு சுழற்றும் வீம்பு
விறுக்கு
கிறுக்கு
கலந்த செருக்கு
எனக்கு
மிருதுவாய் மீட்டும் வீணையின் நரம்பு
உனதன்பு
தடவிப் பூசு களிம்பு

காளை அடக்கி
மடக்கி
கிடக்கும் கிடாவன்
எனக்கு
உனதன்பைப் பருகுதலென்பது

கொம்பு முறித்தல்
அல்லது
செங்கரும்பு ருசித்தல்

◼

*தூ*த்தல் மழை
தூரிகை முற்றம்
ஆத்து வாழை
அசையும் தோரணமென
தொடுத்த பூச்சரமே

உன்
தொடர்பெல்லைக்கு அப்பால்
அலைபேசி
அலையாகி
அலறி

படிப்பும் படைப்பும்
இரண்டு பக்கங்களாகி
கூதலும் குளிரும்
ஒன்றுபட்ட தென்றலாகி
காதலும் கனவும்
இருநூற்றெட்டு கனத்திலாகி
கடக்கிறேன்

பனிமுயல் குட்டியின் மருட்சியில்
திருமேனித் திரட்சியை பார்த்திருப்பேன்
பருவம் மாறிப் பறக்கும் பறவையின்
சிலும்பலில்
அடிவயிற்று கதகதப்பை
அனுபவிப்பேன்

அங்கொரு ரோஜாவை
அந்தகாரத்தில்
முத்தமிடுவேன்

பனிப்பாறையில் படிவாகும்
பவளத்தின் நிறமாகும்
உன்னை
சில்மீனாகிக் கடிப்பேன்

அல்லி
அகல்விளக்கு
அறியப்படாத மரபில்
உன்னை ஏற்றிச் சூடுவேன்
நினைவென்னும் குளிரோடையில்
நீந்தி நிறைவேன்
யூக்கலிப்ட்ஸ் பெருமரத்தினடி
ஒரு துளிப் பனியாகி
உறைவேன்

◘

காய்ச்சல்
இரவிரவாய் இருமல்
இளைப்பும்

ஆஸ்துமா ஆட்கொண்டது போல
அவஸ்த்தைப்படுகிறாய்
ஊசித்தும்பியின்
உடம்பென்றாகி உடைகிறாய்
கண்களிரண்டும் சொருகக் களைத்திருக்கிறாய்

நோனிப்பெத்தா
நுங்கு
கண்ணாடிப் பதுமை
நோயில் நொதும்புவது
தொட்டாச்சிணுங்கி சுருங்குவது போல
அணங்கொன்று அனல்மேல் அழல்வது போல

அன்றலர்ந்த
சிறுதண்டு அந்தூரியமென நொடிகிறாய்
செஞ்சாந்துப் பறவையின் சிறகுநுனியென
கருகுகிறாய்

எலுமிச்சையிலை
எள்ளுப்பொட்டு மஞ்சள்
வெந்நீரில் அவித்து
வேது பிடிக்க விருப்பம் கொள்கிறாய்
ஆடாதோடைப் பாணி சொட்டு
அருந்துகிறாய்

Antibiotics
Cough Syrup
குடிக்கக் கோணுகிறாய்
நெக்குருகி
நோயில் நீ நின்றுழல்வது நெருடல்
ஈரமுத்தம் இழைத்து
இன்னுமின்னும் எனக்குள் செலுத்து

நீ நலமாக
நான் நோயாக

◘

ஒரு பொழுதின்
இரு நவீனங்களாய்
நீயும் நானும்

நீயோ மொழியால்
அழகாகிறாய்

நானோ
வார்த்தைகளின்
ஒப்பனை
மெருகாகிறேன்

◼

உன் விரல்களுக்கிடையில்
மென் கிளைகளுக்கிடையில்
குருவியானேன்
கூடடைந்தேன்
விரல்களாகிய தாளக்கட்டைகளை
விட்டும்
விடைபெறுகிறேன்

பத்துச் சரம் கோர்த்துக் கட்டிய
பாசிமணிக் கரம்
பன்பலை வரிசையில்
பாட்டெழுதிய
நூலிழை மரம்

வருடி வருடி
விண்ணில் மிதக்க விட்ட
மயிற்பீலி
நீவி நீவி நின்று விரிந்த
நீலி
காற்றுக் கனலி
தளிர்விரலி

தேநீர் கோப்பை தாங்கும் லயமும்
தீக்குள் விரலாகிய
நந்தலாலமும்
தேக்குக் கந்திலிருந்து உதிரும் காம்பின்
லாவகமும்

ராத்திரி தேகத்தில் நெளியும் கோலமும்
மருதாணிச் சித்திரமானது
மாயச் சுழலானது

வீணையின் நரம்புகளென
நீ மீட்டிய ஸ்வரங்களை
நெட்டி முறித்து

◘

நீ உடைத்த நிலாவின் சப்தத்தை
இனியெந்த
இசைத்தட்டில் பிரிப்பேன்

ஆயிரம் வருடங்கள் ஒலிக்கும்
அரூப இசையாய்
அறைமுழுவதும் அசையும்
மணக்குச்சிக் கோடுகளாய்
ஆனதே
உன் விரல்களெனும் விசித்திரம் புரிந்த
விந்தை நடனம்

◘

நித்திலமான வானத்தில்
வனத்தில்
நிறம்தேடி
நிழல்தேடி
அலையும்
காடேகிக் காட்டேரி
நான்

ஈராயிரம் மலர்கள்
ஈன்றிருக்கும்
மலையில் உன் மணம் மட்டும்
தேடுகிறேன்
ஓராயிரம் நட்சத்திரங்கள்
காய்த்திருக்கும்
பாலையில் உன் பார்வை ஒன்றை
பருகுகின்றேன்

பெருநிலத்தில் மலைமான் கொம்பாகிப் படர்கிறாய்
மாயாவிக்கரையில் தளிர்க் கொடியாகி அடர்கிறாய்

பேயாகி
பேயாகி
உன்னில் பெருகுகிறேன்
தீயாகி
தீயாகி
உன்னில் உருகுகிறேன்
நீராகி

நீயாகி
தபோவனத்தில்
தனிக்கிறேன்
நின்றாடி
தவிக்கிறேன்

◘

தலை நகரில்
தாமரை மொட்டுக் கோபுர
உச்சியில்
Impossible made possible
5G தொழில்நுட்ப பரிமாணத்தில்
பரவசப்பட்டிருக்கிறேன்

வெண்பாவில்
விருத்தப் பொய்கையில்
மூழ்கிய பறவையென
Whatsapp பசுந்தரையில்
வந்தமர்கிறாய்
பாவனைகள் காட்டுகிறாய்

நெடுவிருட்சத்தில் நின்றுதிர்ந்து
சுடர்ந்தசையும்
பழுத்த இலையென
ஆகாயவெளியில் மிதக்கிறேன்
மதர்க்கிறேன்

புறா
கடிதம்
காவியம்
அக்காலம் உவந்த காதலின் சாட்சி

Chatting
Facebook
Website
இக்காலம் துறந்த காதலின் நீட்சி

*காதலொரு அரியவகை பட்சி
காணுமொரு அபூர்வக் காட்சி*

புறநகரில்
புராதனத் தெருக்கோடியில்
Air freshener விசுறாத
மாடத்தில்
மல்லிகைப் பூச்சூடி
மணத்திருக்கிறாய்
நீ

◘

விரல்கள் பின்னி
பிறையெனச் சரிந்த
நெற்றி விதானத்தில்
முத்தமிட்டு

இடது கையின் நான்காம்
விரலில்
நானை
மோதிரமாக அணிவித்தேன்

தாமரைத் தண்டென
தளிர்க் கொடியென
மடியும் விரலில்
பிரேமம்
பூணாரமானது
பிரிவின் துயரானது

மாம்பூவாய்
வால்க் குருவியின் கண்ணாய்
விரலெங்கும்
விரிந்தேன்
நீர்வளையமாகி
வட்டமிட்டேன்

அழுதடங்கிய குழந்தை போல
நினைவோடையில் நீந்தும்
ஒற்றை நட்சத்திரம் போல
கணையாழியில் பதித்த
பச்சைக் கல் வைரமாகி

உன்னில்
ஒழிந்திருப்பேன்
ஒளிர்ந்திருப்பேன்

வெறித்தனத்துடன்
வெகுளித்தனத்துடன்
உச்சஸ்தாயில்
உச்சந்தலையில் எறிக்கிறது
எட்டடுக்கில் நிலா

யாதவனைக் கொல்வது
'தீதிலா
காதலா
அவள் மீட்டும் பண்ணிலா'
'இன்பம் கட்டிலா
அவள்
தேகக் கட்டிலா'

மனோரதியத்தின்
மயக்கத்தின்
பின்னலைக் கலைக்க
ஜன்னலைத் திறக்க
வாலியும்
Sigmund Freud உம்
வாருங்கள்

யோகநிலை
போகநிலை
முத்திய
மோகநிலை போக்க
மூலிகை அரைத்துத் தப்புங்கள்

வெறித்தனத்துடன்
வெகுளித்தனத்துடன்
உச்சத் தகிப்பில்
இச்சையுடலை எரிக்கிறது
ஏழாம் ஜாமத்தில் நிலா

▪

*கா*னம்பாடித் திரிபவளின்
வர்ணச் சிறகுக் குவியலாய்
வானம்பாடியின் குரல்

வர்ணம் தீட்டி வரைபவன்
அவள்குரலை
வானவில்லின் திரட்சி என்கிறான்

வர்ணம், வானம்பாடி
இரண்டும்
நிறமும் இசையும் கோர்த்த ஆனந்தம்
கானம்,வானவில்
இரண்டும்
இசையும் நிறமும் சேர்ந்த குதூகலம்

மூடுபனி விலத்தி
வாதங்கள் தளர்த்தி
ஈருடலும்
இசைக் கடலில் மூழ்கிட
வர்ணத் திட்டில் மிதந்திட

விரிந்து விரிந்து
வானவில்லை குரலில் தோய்த்துக் கொள்
திறந்து திறந்து
கானத்தை சிறகில் வரிந்து
கொள்

வானம்பாடி
கானம்பாடி

◼

நெற்கதிர்கள் பொலிந்து தள்ளும்
நிறைகுடமாகிய
வயலி
செம்மீன்கள் துள்ளி விழும்
அட்சய நிலமாகிய
கடலி

ஐந்நிலங்களிரண்டின்
அருளுருக்கொண்ட
திணைப் பூங்குழலி

வாழைமடலி
மென்னுடலி
திராட்சை ரசமூறிய
குரலி

அனலிடை எனையாட்டும்
விரலி
வீழ்ந்த என் சாம்ராஜ்யத்தில்
நீண்டுநெடுக்கிறது
நீயாகிய
வடலி

◼

சேர்ந்து நடந்தோம்
முதிர் மரம் கிளைத்தது
சோர்ந்து கிடந்தோம்
உதிர் இலை சிரித்தது

ஊடல்
கூடல்
உன்மத்த தேடல்
தியானம்
திளைத்து
யாமம் வரை
தொடர்ந்தது

முகிழ்ந்த சிலையும்
மூழ்கிய நிலையும்
கடந்தது
அடர்ந்தது
பனித்துளியெனப் படர்ந்தது

◼

உன் மூக்கும்
என் நாக்கும்
மகரந்திக்கும் போதில்
எண்ணிறந்த தாமரைப் பூக்கள்
எல்லையற்ற நிறத்தில்
மலரும்

ஆற்றைச் சூடிய தாமரை மலர்கள்
கெண்டைக் கெழுத்தி சிலிர்க்க
கொண்டை மீது குவியும்

உன் மூக்கும்
என் நாக்கும்
மலரும் போதில்
எண்ணிறந்த தாமரைப் பூக்கள்
எல்லையற்ற வெளியில்
மகரந்திக்கும்

சேற்றைத் தழுவிய தாமரை மலர்கள்
நண்டுக் கிழத்தி சினைக்க
ஆகாயத்தை அருந்தித் துடிக்கும்

அக் கணத்தில்
அச் சுவையில்
ஆகாயமும் தாமரையும்
நாமென்றாகி
ஆறும் சேறுமாய்
மிதப்போம்

◘

மென்பனி நிறத்தில் தாவும் பூனையை
பூக்கூடை போல தூக்கி வளர்க்கிறாய்
ஊட்டுகிறாய்
மெத்தைமேல் உறங்கச் செய்கிறாய்

நீலக்கண்களில்
அதன் இளஞ்சூட்டு மேனியில்
நீந்திச் செல்கிறதொரு நீரோடை

மழைக்காலப் பொழுதுகளில்
பூனைபோலவே போர்வைக்குள் சுருள்கிறாய்
உரோமங்கள் பட்டுச் சிலிர்க்கிறாய்
மருள்கிறாய்

ஜன்னலில் பூவெறியும் கொத்துமல்லிச் செடிக்குள்
பதுங்கி உதிர்க்கும் 'மியாவ்'
நாணலின் நெழிவை ஞாபகப்படுத்தும்

எலி பிடிக்காத
உன் வீட்டுப் பூனைக்கு
என் சாயல்

◘

லால லால லாலா
ஏஹ்....ஹே
லாலல்...லால

கமலின் கருந்தாடியும்
தேக்கிடைத் தேகமும்
என்னிடமில்லை

அமலாவின் மருள் கண்ணும்
மாதுளம் மேனியும்
உன்னிடமுண்டு

ஆதலால்
காதல் செய்வோம்
லாலா ..லாலா..லாலா
லாலலா
லா

நறுமணத்தி
நீ
மகரந்தித்ததில் பூத்திருக்கிறது
ஐவிதழ்பூ

மார்கழி மாதத்தின் முகைப்பு
இவ்வாண்டின்
இறுதிப்பூ

நெளிப்பு
மற்றும்
புன்சுழிப்பு

லாலா
பின்பனிக் காலச் சாரல்

களியேறி

மயில் வண்ணத்தில் மலர்ந்திருந்தது கடல்
களியேறி
ஆழ்கடலின் நீலம்வரை
அலையெனப் புரண்டோம்
படகாகி மிதந்தோம்

வெண்சங்கு
மஞ்சள் சிப்பி
தென்னம் பூக்களை முங்கித் தேடினோம்
உப்புநீர்
பருகப் பருகப் விடாய்த்தது
விடாய்க்க விடாய்க்கப் பருகினோம்

நீர்ப்பறவை காத்திருந்து கவ்விய இரை
நழுவியது
பச்சைப்பாசி பாம்பாய்ச் சீற
நெடுநேரம் துடுப்பு வலித்தோம்
தொடுவானம் தொட்டு
துவண்டோம்

சிறு தொட்டிக்குள் நீந்திய மீன் குஞ்சென
போதாமையில்
அயர்ந்தது கடல்

இரண்டாவது பாடல்

"ஒரு சூரியன் பல தாமரை
உறவாடினால் பாவமா"
பாடல் வரிகளுடன்
இமை திறக்கிறது
இரவுப் பறவை ஸ்மார்ட்போன்

பிரியத்தைப் பிழிந்து ஊற்றத் தொடங்கும்
நேரம் நள்ளிரவு 12.37
வெள்ளியோடையில்
நட்சத்திரமீன்களாகி நீந்துகின்றோம்
அதிமதுரம்
கல்கண்டு
மாதுளம் சாறு வழியும் கிண்ணத்தில்
இரவைப் பருகுகின்றேன்
பேரீச்சம்கனி
ஒட்டகப்பாலில் ஊறிய பாதாம் பருப்பின்
சுவைகலந்து பரவசமூட்டுகிறாய்

மங்கல் விளக்கொளி சுடர
திரைக்குள் மடிகிறது
நமக்கிடையிலான 33mm தூரம்
ஆட்காட்டி விரலுக்குள் சுருள்கிறது

10 GB

பேரின்பக் கடலில் அமிழ்கிறோம்
கரைதொட்டோடுகின்றன
ஈரலைகள்
கிளைவிட்டசைகின்றன
ஈரிலைகள்

பிறையென நெற்றிப் புருவங்கள் குவிய
ஹலாலாக
ஆடை அணிவது பற்றியும்
ஆகாரம் புசிப்பது பற்றியும்
அர்த்த ராத்திரியில் வேதம் ஓதுகிறாய்
அவுலியாக்குஞ்சு போல
ஆமோதிக்கிறேன்

பிரியத்தில் உருகி இறுதிச்சொட்டை பருகும்
நேரம் நடுச்சாமம் 03.17
"ஒருவர் மட்டும் குடியிருந்தால் துன்பம்
ஏதுமில்லை
ஒன்றிருக்க ஒன்று வந்தால் என்றும்
அமைதியில்லை"
இரண்டாவது பாடலுடன்
இரவுப் பறவை இமை மூடுகிறது
Good Night

கரும்பறவை / உன்கூந்தல்

பூரணகும்பம் போலிருக்கும் கொண்டையை
அவிழ்த்துப் போட்டு வாருகிறாய்
அது
பனைமரத்தின் நிழலை ஒத்ததாய் படர்கிறது
உள்ளிருந்து
ஐவ்விதழ்ப் பூக்கள் ஒவ்வொன்றாய் உதிர்கின்றன

பாளைவெடித்து வடியும் பதநீரென
குளித்துக் கரையேறும் பொழுதில்
சொட்டும் நீர்த்துளிகளை
வண்ணத்துப்பூச்சி மோகித்துப் பருகும்

இசைக்கோலம் பெருக்கிடும்
தம்பூரா அல்லது வீணையின் நரம்புக் கம்பிகளென
அலைவுறும்
செம்பட்டை பின்னாத முடிகள்
கறிவேப்பிலை
கராம்பூ
நிறத்திலான வாசனையைச் சிந்தும்

கோதிட புற்றில் புகும் பாம்பு
என்கரம்
பட்டென்று பறக்கும் கரும்பறவை
உன்கூந்தல்

உன்குரல்

மண்குடத்தில்
பழுத்த நீரென குளிர்ந்து சொட்டுகிறது
நாதமெனும் பூச்சொரிகிறது

இரவெனும் கறுப்புப்பூவை
வண்ணங்களாக மலர்த்துகிறது

வடதுருவம்
தென்துருவம்
கடக்கும் பறவையின் பஞ்சவர்ணமென
ஜாலம்காட்டுகிறது
ஒளியைக் கூட்டுகிறது

மங்காத இரசம் தடவிய கண்ணாடியில்
விழிகளென விரிகிறது
உன்குரல்

தெவிட்டாத கரும்புச் சாறென வழிகிறது
தீராத்தாகத்துடன் பருகுகிறேன்
பருகிக் கொண்டேயிருப்பேன்

குளிர்ப் பறவை

பறவையென
ஜன்னல் வழி நுழைகிறது
குளிர்

வெயிலின் ஈரமும்
மழையின் சூடும் மயிர்க் கால்களில்

வெளவாலின் குருடும்
வண்ணத்துபூச்சியின் படபடப்பும் பார்வையில்

தீயின் சுவாலை எறிந்தும்
மகரந்த மணிகள் சொரிந்தும்
அகலச் சிறகை விரிக்கிறது
அசைக்கிறது

இறுகப் பின்னிய போர்வைக்குள்
இறகுகள் நீவிப் பறக்கின்றது
தகதகப்பு
தண்ணீரில் ஆடும் தண்டு
அலைகள் அடங்கும் இரவு

குலாவுகை
கும்மிருட்டு
குறுகுறுப்பு
கதவுகள் மெல்ல விரிய
வெட்கம் கூடி வெளியேறி விடுகிறது
உஷ்ணமாக

பச்சைப்பாசி

நெருப்பு
நீலாம்பல்
காற்று
பச்சைப்பாசி
பனித்தூறல்
கலந்த கோர்வை நேசம்
காலக்கடிகாரம்
கண்ணிழந்தவன் கடக்கும் பாலம்
அநாதி அந்தம்
பேதலிப்பு
வாழ்வெனும்
பெரு மைதானம்
பாதம்
நீ
பந்து
நான்

நெடுநல்வாடை

தகிக்கும் வாடைபற்றி
யோசித்ததில்லை
அணுக்கமாய்
நெருக்கமாய்
நீ
இருந்தவரை

சூரியன் சிதறிக் கிடக்கும்
இவ்வேளையில்
உலர்வதற்கான
தீயில் நனையும் பொழுதெல்லாம்
உன் தீண்டலின் பிரக்ஞை

விரைந்து
காற்றை நெரிக்கலாம்
கடலைக் குடிக்கலாம்
காலத்தை எப்படி நகர்த்துவது

யன்னலை வருடும்
மாதுளம் பூக்களின் மணமும் நிறமும்
உன்
மணத்தையும் நிறத்தையும்
கிளர்ந்தபடி
விரிகின்றன

யுகமாய் கழியும் பொழுதுகள்
உனக்கு
நீள்துயரம்தான்

நெடுநல்வாடைக்கு பின்னான
சுகந்தத்தை நினைத்தபடி
நிகழ்வை நகர்த்துவோம்
வா

பெருக்கு

மலைகள்
வாசலாய் திறந்திருந்தன

சமவெளியின் விரிப்பில்
படுத்தபடி
நட்சத்திரங்களை
எண்ணிக்கொண்டிருந்தாய்

என்னைப் பார்த்ததும்
அடர் இருளில்
கண்கள் ஊர்வதை
கவனிக்கத் தவறவில்லை

உடலில் காமத்தின் முடிச்சுகள்
வெடிக்கத் தொடங்கின

இதழ்கள் இறுக்கத்தில்
ஊறிய நீர்
உனதா
எனதா

ஒருவர் தாகம் ஒருவர் தீர்க்க
ஆடைகள் களைந்து போயின
முற்றும் துறந்து சங்கமித்தோம்
பாம்பின் இணையாய்
புரண்டு புரண்டு
புணர்ந்து புணர்ந்து
உச்சம் கடந்து துவண்டோம்

ஊற்றெடுத்த உவர்நீர்
பெருக்கை
உலரவிட
பக்கத்தில் புரண்டேன்

மலையடிவாரம்
எப்போதும் பெறாத வர்ணத்தைப் பெற்று
மோனத்தில் ஒளிர்ந்தது

ஒரு சொறங்கை பேரீச்சம்பழம்

மங்கலாக மாதப்பிறை
அத்துவான் வெளியில் தெரிகிறது
தலைப்பிறை
இரண்டாம்பிறை
இரண்டில் ஒன்றாக இருக்கலாம்

சொர்க்கத்தின் எழிற் சோலை
நெற்குருவியின் கண்களில் விரிகிறது
நோன்பிருக்கிறாய்,
பசித்திருக்கிறாய்
ஏழுவானம்
முக்கடல்
இருள்குகை
இறைவேதம் அருளிய மாதத்தின் பிரவாகமாக இருக்கிறாய்

முன்பொரு காலமிருந்தது
பக்கீர் பாவா ரபான் ராகமிருந்தது
ஸலவாத் சப்தத்தின் சாரமிருந்தது
விசாலமிருந்தது
மினாராக்களில் சோடிப் புறாக்களிருந்தது

இன்றும்
ஆனையிருக்கிறது,
அங்குசமில்லாதிருக்கிறது
பக்தியிருக்கிறது

பக்குவமில்லாத பரவசமிருக்கிறது
பெருமையிருக்கிறது
பள்ளிகளில் பனிப்புகார் படர்ந்திருக்கிறது

உன்னிடம் எதுவுமில்லாதிருக்கிறது
ஸஹர்
ஒற்றைப்படை இரவு
இப்தார்
தியாகித்திருக்கும் முப்பது பொழுதுக்குமாக

இப்போது என்னால்
உனக்காக
தரமுடிந்திருப்பது
ஒரு சொறங்கை பேரீச்சம்பழம்
ஒரு கோப்பை கஞ்சி

காகம் கொத்தி

மாங்கனியை கொறித்திட
தாவுகிறது அணில்
மரமெங்கும்

காகம் கொத்தித் தீர்த்த
கோதெனவும்
வௌவால் கடித்துறுஞ்சிய
சாறெனவும்
உச்சிக் கந்தில் தொங்குகிறது பாதி

கிளைகளில்
ஏறியும்,இறங்கியும்
ஏமாற்றத்துடன் திகைக்கிறது

எனது சாயலொத்த
அணிலிடம்
எப்படிச் சொல்வேன்

கண்கொத்திப் பாம்பென
காகம் கொத்திப் போன
கனியின் கதையை
மேலும்
உன்னையும்

லாலலா
இலையுதிர் கால மீறல்

அவள் மூழ்கிய இரவுக் கவிதை II

இரவின் அகன்ற விழிகள்
விரிந்து
விரிந்து
அறை முழுவதும் நிறைந்திருக்கிறது
காரிருள்

இருளின் வெளிச்சத்தை
பேரிறைக்கும்

அவள் கண்களை,
அடர்ந்த கூந்தலை,
மேனியின் கருமையை
அறையெங்கும் தேடுகின்றேன்.

இரவோடும்
இருளோடும்
அள்ளிச் சென்றுவிட்டாள்.

அமாவாசை நாளொன்றில்
அவிழ்த்துக்கிடந்த கூந்தலிலிருந்து
உதிர்ந்த ஒற்றை முடி ஒளிர்ந்து
கைகளுக்குள் சிக்கிக்கொள்கிறது.

அதன் ஈரம் இன்னும் உலரவில்லை

அவள் நினைவின் சுடராய்
ஆயிரம் இரவுகளுக்கும்
இனி நீண்டிருக்கப்போவது
இக்கூந்தல் முடி மட்டும், மட்டும், மட்டும்...

பூ(ம்) பறவை 01

பூக்கள் ரசிக்கும் போது
அவள் கண்கள் விரித்திருப்பதை
பறவைகள் பற்றி பேசும்போது
அவள் உதடுகள் சிறகடிப்பதை
பலமுறை கண்டிருக்கின்றேன்.

பறவைகளின் மொழியில்
சொற்கள் கலந்திருப்பதாகவும்
பூக்களின் வண்ணத்தில்
மேனி மினுங்குவதாகவும்
சொல்லும் போதெல்லாம்
கானகமாகிக் காற்றில் மிதப்பாள்

தான் வரைந்த பறவை
பறந்துவிடக்கூடாதென்பதற்காக
படத்தைச் சுற்றிச் சட்டமும்
மேசைமீது வைத்திருக்கும் சாடிப்பூக்கள்
உதிர்ந்து விடக்கூடாதென்பதற்காக
வலையும் பின்னியிருந்தாள்.

பூக்களும், பறவைகளும், குதுகலிக்கும்
காலைப்பொழுதொன்றில்
காணச்சென்றிருந்தேன்
அங்கவளைக் காணவில்லை
தோட்டத்தில் பூவாய் பூத்திருக்க வேண்டும்
அல்லது
பறவையாகி எங்கோ பறந்திருக்க வேண்டும்.

உன்னில்

ஒவ்வொரு அங்கமாய்
உன்னில்
மூழ்கியபோது
இதழ்களில்
கனியின் சாற்றை
முலைகளில்
இலையின் ருசியை
யோனியில்
பூவின் வாசத்தை
உணர்ந்தேன்
மூழ்கி சலித்த பின்
நானே
மரமானேன்.

வண்ணத்துப்பூச்சியாய்ப் பறந்த காலம்

படபடத்து வண்ணத்து பூச்சிகள்
எங்கே பறக்கின்றன

நீயும் நானும்
இரண்டு வண்ணத்துப் பூச்சிகளாகி
ஒற்றை சிறகில் பறந்த காலங்களை
தேடியா வட்டமிடுகின்றன

வண்ணத்து பூச்சிகளின் சிறகில் மடிந்து
பூக்களின் இதழில் மொய்த்துத் திரிந்த
காலங்களை யார் பறித்துச் சென்றது

நீ இல்லாத இச்சோலையெங்கும்
பல வண்ணப்பூக்கள் பூத்திருக்கின்றன
எதுவும் வண்ணமற்று
ஏழு நிற வண்ணத்து பூச்சிகள்
சிறகடிக்கின்றன
எதிலும் நிறமற்று.

பூ(ம்) பறவை 2

பூக்களைப் போல சிரித்து மகிழ்ந்து
பறவைகள் போல சுற்றித் திரிந்து
தனியாய்
வாழ்ந்து வருபவள்

கூட்டில் குருவியினங்களையும்
முற்றத்தில் மலர்ச் செடிகளையும்
வளர்த்து வருகிறாள்

பூக்களின் முகமலர்வில்
விடியலைத் தொடங்குபவள்
பறவைகளின் மெல்லிய பாடல்களுடன்
இரவை முடிக்கிறாள்

இப்படியே வாழ்வை
பூம் பறவையாய் கழிப்பவள்
இறந்து போகும் ஒரு நாளில்
எப்படி உதிரும்
அவள் வீட்டுப் பூக்கள்
எங்கே பறக்கும்
அவளை விட்டும் பறவைகள்.

அவள் மூழ்கிய இரவுக் கவிதைகள் II

அலைகள் ஆர்ப்பரித்தடங்கும்
இன்றின் இரவு
நதியாய் நீளும் உன் நினைவுகளை
காற்றள்ளிச் சென்று
அடிவானில் புதைக்கிறது
நட்சத்திரங்கள் அங்கு
பூத்துப் பின் உதிர்கிறது.

இந்த இரவென்ன
ஒரு கோடி நிலவல்ல
ஆழ் மனதில் உச்ச வலியெழுப்பி
விம்மிக் கரைகிறது
எனக்குள்.

அமாவாசை
அடை மழை
முன்பனி இருளென
எத்தனை இரவுகள் நமக்குள் கரைந்திருக்கும்

முதன் முதலாய்
உன் மார்பில் முகம் புதைத்து
மெதுவாய், மெதுமெதுவாய்
கழுத்துவரை முன் நகர்ந்து
இதழ்கள் நனைத்த இரவென்று
வெட்கப்பட்டு
உன் கூந்தல் காட்டுக்குள் மறைந்தது
பின் மீளவில்லை.

பௌர்ணமிக்கு முந்திய
இன்னொரு இரவில்
உன் தேகமெங்கும் விரல் நெளிய
வெட்கிச் சிவந்து நீ தடுக்க
விரல் நுனியை நான் கடிக்க
ஆய்... எனச் சிணுங்கிய மெல்லொலி
இரவுப் பறவையின் தொண்டைக்குள் சிக்கி
பாடலாகி ஒழித்தது

இதுபோல எத்தனை இரவுகள்
நமக்குள் கரைந்திருக்கும்

மோகம் முத்திய விரகத்தில்
உருகி உத்துண்டு
பூனையாய்ப் பதுங்கி
பழைய வீட்டின் பின்பக்கம்
மூங்கில் கீற்றாய் நீயும்,
தீக்காற்றாய் நானும்
பற்றியெரிந்த இரவை
இலையுதிர்த்து மாவும்
கிளை விரித்து வாகையும்
மூடியல்லவா அணைத்தது.

பின்வந்ததும்
ஈற்றானதுமான பிறிதொரு இரவு
பிரிவின் பெருந்தீயை மூட்டியெரித்து
நீயமுத ஏமு கடலை
ஓர் மிடறில் குடித்து
மூவாயிரம் பகல்களுக்கப்பால்
விழ்ந்தது.

இன்னும் இவ்விரவு
விடியவில்லை...
விடியவேயில்லை...

அலறி (1976)

இயற்பெயர் அப்துல் லத்தீப் முஹம்மட் றிபாஸ்.

கிழக்கிலங்கையின் மருதமுனையைச் சேர்ந்தவர்.

சட்டத்தில் இளமானி பட்டமும், மனித உரிமைகள், பொதுச் சுகாதாரம், உளவளத்துணை என்பவற்றில் டிப்ளோமா பட்டமும் பெற்றுள்ள சட்டத்தரணியாவார்.

கவிதைக்காகக் கிழக்கு மாகாண சபை விருதைப் (2006) பெற்றுள்ளார்.

- 'பூமிக்கடியில் வானம்' (2005)
- 'பறவை போல சிறகடிக்கும் கடல்' (2006)
- 'எல்லாப் பூக்களும் உதிர்ந்துவிடும்' (2006)
- 'மழையை மொழிதல்' (2009)
- 'துளி அல்லது துகள்' (2020)
- பெருக்கு (2022)

ஆகிய கவிதை தொகுப்புகள் வெளிவந்துள்ளன.

339, மக்கமாடி வீதி,
மருதமுனை, 32314
இலங்கை
0094779351334, 0094716356564
மின்னஞ்சல்:- alaririfas@gmail.com
முகநூல் :- Alari Rifas